நாங்கள் கரடி வேட்டைக்குச் செல்கிறோம்

We're Going on a Bear Hunt

Retold by

Michael Rosen

Illustrated by

Helen Oxenbury

MANTRA
LINGUA

நாங்கள் கரடி வேட்டைக்குச் செல்கிறோம்.
நாங்கள் ஒரு பெரிய கரடியைப் பிடிக்கப் போகிறோம்.
என்ன அழகான நாள்!
நாங்கள் பயப்படவில்லை.

We're going on a bear hunt.
We're going to catch a big one.
What a beautiful day!
We're not scared.

For Geraldine, Joe, Naomi,
Eddie, Laura and Isaac
M.R.

For Amelia
H.O.

Published by arrangement with
Walker Books Ltd, London
Dual language edition first published 2000
by Mantra Lingua Ltd
Global House, 303 Ballards Lane London N12 8NU
www.mantralingua.com

Text Copyright © 1989 Michael Rosen
Illustrations Copyright © 1989 Helen Oxenbury
Dual Language Text Copyright © 2000 Mantra Publishing

This edition 2013

Printed in Hatfield UK FP251013PB11137198

ஹ்–ஹ்! புல்!
நீண்ட நெளிந்தாடும் புல்!
எங்களால் இவற்றின் மேல் செல்லமுடியாது.
எங்களால் இவற்றின் கீழ் செல்ல முடியாது.

Uh-uh! Grass!
Long wavy grass.
We can’t go over it.
We can’t go under it.

ஓ இல்லை!
நாங்கள் எப்படியும் அதன் ஊடாகச் செல்ல வேண்டும்!

Oh no!
We’ve got to go through it!

சுவிஷ்ஷி சுவாஷ்ஷி!
சுவிஷ்ஷி சுவாஷ்ஷி!
சுவிஷ்ஷி சுவாஷ்ஷி!

Swishy swashy!
Swishy swashy!
Swishy swashy!

நாங்கள் கரடி வேட்டைக்குச் செல்கிறோம்.
நாங்கள் ஒரு பெரிய கரடியைப் பிடிக்கப் போகிறோம்.
என்ன அழகான நாள்!
நாங்கள் பயப்படவில்லை.

We're going on a bear hunt.
We're going to catch a big one.
What a beautiful day!
We're not scared.

ஹ்–ஹ்! அதோ ஆறு!
ஆழ்ந்த குளிரான ஆறு.
எங்களால் அதன் மேல் செல்ல முடியாது.
எங்களால் அதன் கீழ் செல்ல முடியாது.

Uh-uh! A river!
A deep cold river.
We can't go over it.
We can't go under it.

ஓ இல்லை!
நாங்கள் எப்படியும் அதன் ஊடாகச் செல்ல வேண்டும்!

Oh no!
We've got to go through it!

ஸ்பிலாஷ் ஸ்புலொஷ்!
ஸ்பிலாஷ் ஸ்புலொஷ்!
ஸ்பிலாஷ் ஸ்புலொஷ்!

Splash splosh!
Splash splosh!
Splash splosh!

நாங்கள் கரடி வேட்டைக்குச் செல்கிறோம்.
நாங்கள் ஒரு பெரிய கரடியைப் பிடிக்கப் போகிறோம்.
என்ன அழகான நாள்!
நாங்கள் பயப்படவில்லை.

We're going on a bear hunt.
We're going to catch a big one.
What a beautiful day!
We're not scared.

ஹ்–ஹ்! சேறு!
அடர்ந்த கசியும் சேறு.
எங்களால் அதன் மேல் செல்ல முடியாது.
எங்களால் அதன் கீழ் செல்ல முடியாது.

Uh-uh! Mud!
Thick oozy mud.
We can't go over it.
We can't go under it.

ஓ இல்லை!
நாங்கள் எப்படியும் அதன் ஊடாகச் செல்ல வேண்டும்!

Oh no!
We've got to go through it!

ஸ்குவெல்ச் ஸ்குவெர்ச்!
ஸ்குவெச் ஸ்குவெல்ச்!
ஸ்குவெல்ச் ஸ்குவெல்ச்!

Squelch squerch!
Squelch squerch!
Squelch squerch!

நாங்கள் கரடி வேட்டைக்குச் செல்கிறோம்.
நாங்கள் ஒரு பெரிய கரடியைப் பிடிக்கப் போகிறோம்.
என்ன அழகான நாள்!
நாங்கள் பயப்படவில்லை.

We're going on a bear hunt.
We're going to catch a big one.
What a beautiful day!
We're not scared.

ஹ்-ஹ்! ஒரு காடு!
ஒரு பெரிய இருண்ட காடு.
எங்களால் அதன் மேல் செல்ல முடியாது.
எங்களால் அதன் கீழ் செல்ல முடியாது.

Uh-uh! A forest!
A big dark forest.
We can't go over it.
We can't go under it.

ஓ இல்லை!
நாங்கள் எப்படியும் அதன் ஊடாகச் செல்ல வேண்டும்!

Oh no!
We've got to go through it!

இடறிவிழும் பயணம்!
இடறிவிழும் பயணம்!
இடறிவிழும் பயணம்!

Stumble trip!
Stumble trip!
Stumble trip!

நாங்கள் கரடி வேட்டைக்குச் செல்கிறோம்.
நாங்கள் ஒரு பெரிய கரடியைப் பிடிக்கப் போகிறோம்.
என்ன அழகான நாள்!
நாங்கள் பயப்படவில்லை.

We're going on a bear hunt.
We're going to catch a big one.
What a beautiful day!
We're not scared.

ஹ்–ஹ்! ஒரு பனிப்புயல்!
சுற்றும் சுழலும் பனிப்புயல்.
எங்களால் அதன் மேல் செல்ல முடியாது.
எங்களால் அதன் கீழ் செல்ல முடியாது.

Uh-uh! A snowstorm!
A swirling whirling snowstorm.
We can't go over it.
We can't go under it.

ஓ இல்லை!
நாங்கள் எப்படியும் அதன் ஊடாகச் செல்ல வேண்டும்!

Oh no!
We've got to go through it!

ஹூஊஊஊ – வூஊஊஊஊ!

ஹூஊஊஊ – வூஊஊஊஊ!

ஹூஊஊஊ – வூஊஊஊஊ!

Hooo woooo!

Hoooo woooo!

Hoooo wooo!

நாங்கள் கரடி வேட்டைக்குச் செல்கிறோம்.
நாங்கள் ஒரு பெரிய கரடியைப் பிடிக்கப் போகிறோம்.
என்ன அழகான நாள்!
நாங்கள் பயப்படவில்லை.

We're going on a bear hunt.
We're going to catch a big one.
What a beautiful day!
We're not scared.

ஹ்–ஹ்! ஒரு குகை!!
ஒரு குறுகிய இருட்டான குகை.
எங்களால் அதன் மேல் செல்ல முடியாது.
எங்களால் அதன் கீழ் செல்ல முடியாது.

Uh-uh! A cave!
A narrow gloomy cave.
We can't go over it.
We can't go under it.

ஓ இல்லை!
நாங்கள் எப்படியும் அதன் ஊடாகச் செல்ல வேண்டும்!

Oh no!
We've got to go through it!

நுனிவிரலில்!
நுனிவிரலில்! நுனிவிரலில்!
அது என்ன?

Tiptoe!
Tiptoe! Tiptoe!
WHAT'S THAT?

ஒளியான ஈரமான மூக்கொன்று!
இரு பெரிய மயிர் அடர்ந்த காதுகள்!
இரு பெரிய உருளும் கண்கள்!

அது ஒரு கரடி!!!!

One shiny wet nose!
Two big furry ears!

Two big goggly eyes!

IT'S A BEAR!!!!

விரைவாக! குகை ஊடாக மீள்! நுனிவிரலில்! நுனிவிரலில்! நுனிவிரலில்!

Quick! Back through the cave! Tiptoe! Tiptoe! Tiptoe!

பனிப்புயலூடாக மீள்! ஹூஊஊஊ வூஊஊஊ! ஹூஊஊஊ வூஊஊஊ!

Back through the snowstorm! Hoooo wooooo! Hoooo wooooo!

காட்டூடாக மீள்! இடறிவிழும் பயணம்! இடறி விழும் பயணம்! இடறி விழும் பயணம்!

Back through the forest! Stumble trip! Stumble trip! Stumble trip!

சேறூடாக மீள்! ஸ்குவெல்ச் ஸ்குவெர்ச்! ஸ்குவெல்ச் ஸ்குவெர்ச்!

Back through the mud! Squelch squerch! Squelch squerch!

ஆறூடாக மீள்! ஸ்பிலாஷ் ஸ்புலொஷ்! ஸ்பிலாஷ் ஸ்புலொஷ்! ஸ்பிலாஷ் ஸ்புலொஷ்!

Back through the river! Splash splosh! Splash splosh! Splash splosh!

புல் ஊடாக மீள்! சுவிஷ்ஷி சுவாஷ்ஷி! சுவிஷ்ஷி சுவாஷ்ஷி!

Back through the grass! Swishy swashy! Swishy swashy!

முன்வாயிற் கதவுக்குச் செல்க.
கதவைத் திற. படிவழி மேற்செல்க.

Get to our front door.
Open the door. Up the stairs.

ஓ இல்லை! முன் கதவைத் தாழிட மறந்துவிட்டோம்.
படிவழி கீழ் இறங்கு.

Oh no! We forgot to shut the front door.
Back downstairs.

கதவைத் தாழிடுக. மீளப்படிவழி மேற் செல்க.
படுக்கை அறையுள் நுழைக.

Shut the door. Back upstairs.
Into the bedroom.

படுக்கைக்குச் செல்க.
போர்வையுட் செல்க.

Into bed.
Under the covers.

கரடி வேட்டைக்கு மீண்டும் நாங்கள் செல்லப்போவதில்லை.

We're not going on a bear hunt again.